쉽게 배우는 베트남어

주희정 지음

CHÂU THUỲ TRANG

HỌC TIẾNG VIỆT THẬT DỄ ①

머리말

"쉽게 배우는 베트남어"를 펴내며

저는 한국언어와 한국 문화에 대해서 많은 관심을 가지게 된 주희정이라고 합니다. 한국인을 대상으로 베트남어 강의 활동을 하다가 우연히 어린이들에게 베트남어를 가르치게 되었습니다. 어린이들을 대상으로 베트남어를 가르치다 보니 '아~ 이제 다문화 학생들도 엄마의 모국어에 대한 관심이 점점 많아지고 있구나'라고 생각하게 되었습니다. 하지만 어린이를 위한 베트남어 책이 많지 않아서 이 책을 쓰게 되었습니다.

이 책으로 학생들이 쉽게 짧은 베트남어 문장을 만들 수 있고 실생활에서 잘 사용하는 어휘와 문법을 활용함으로써 듣기 - 말하기를 연습할 수 있습니다. 뿐만 아니라 이 책에는 단어를 쉽게 이해할 수 있도록 그림으로 다양하게 표현되어있고 그림을 활용해서 복습할 수 있는 문제도 제시되어 있습니다.

어린이들이나 어른들 누구나 쉽게 베트남어를 배울 수 있을것입니다. 베트남어는 성조가 있어서 어렵다고 생각하지만 기본적인 단계를 완성하면 다음 단계부터 그렇게 어렵지는 않습니다.

여러분 노력하는 만큼 꼭 좋은 결과를 얻을 수 있을거라 믿습니다.

목차

Bài 1 : Đây là + 명사 13
Bài 2 : Đây không phải là + 명사 16
Bài 3 : Đây là + 명사 phải không? 18
Bài 4 : Con thích + 명사 20
Bài 5 : Con không thích + 명사 22
Bài 6 : Bạn thích + 명사 + không? 23
Bài 7 : Con muốn + 동사 25
Bài 8 : Con không muốn + 동사 27
Bài 9 : Mẹ/ Ba/ Chị/ Em
        có muốn + 동사 + không? 28
Bài 10: Ôn Tập 30
Bài 11 : Cho con + 명사 35
Bài 12 : 주어 + đi đâu? 38
Bài 13 : Đi + 장소 40
Bài 14 : Ai ? 누구? 43
Bài 15 : Khi nào ~? 45
Bài 16 : Con đau ~ 48
Bài 17 : Con có đau ~ không? 49
Bài 18 : Tại sao ~? 50
Bài 19 : S+ vì + V/A 51
Bài 20 : Ôn Tập 52
Bài 21 : Con số 1-10 59

목차

Bài 22 : Con số 10-100 .... **62**
Bài 23 : Thời gian **65**
Bài 24 : Bây giờ là mấy giờ? **67**
Bài 25 : Thứ **68**
Bài 26 : Lát nữa **70**
Bài 27 : Hôm nay là thứ mấy? **72**
Bài 28 : Mấy giờ ~? **74**
Bài 29 : Đâu/ ở đâu? **76**
Bài 30 : Ôn tập **78**
Bài 31 : Hôm nay là ngày mấy? **81**
Bài 32 : Tháng này là tháng mấy? **83**
Bài 33 : Quả gì ~? **84**
Bài 34 : Màu gì ~? **86**
Bài 35 : Con thích màu gì? **88**
Bài 36 : Bong bóng này màu gì? **90**
Bài 37 : Bao nhiêu tiền? **92**
Bài 38 : Con biết + 동사 **94**
Bài 39 : Con không biết + 동사 **95**
Bài 40 : Ôn tập **96**

BẢNG CHỮ CÁI TIẾNG VIỆT
베트남어 알파벳

문자	명칭	읽는방법	문자	명칭	읽는방법
A a	*a*	아	N n	*en-nờ*	너
Ă ă	*á*	아	O o	*o*	어~오
Â â	*ớ*	어	Ô ô	*ô*	오
B b	*bê*	버	Ơ ơ	*ơ*	어
C c	*cê*	꺼	P p	*pê*	뻐
D d	*dê*	여	Q q	*cu*	꺼
Đ đ	*đê*	더	R r	*e-rờ*	러
E e	*e*	애	S s	*ét-sì*	서
Ê ê	*ê*	에	T t	*tê*	떠
G g	*giê*	거	U u	*u*	우
H h	*hát*	허	Ư ư	*ư*	으
I i	*i*	이(응안)	V v	*vê*	버
K k	*ca*	까	X x	*ích-xì*	써
L l	*en-lờ*	러	Y y	*y*	이(야이)
M m	*em-mờ*	머			

베트남어의 알파벳은 모두 29개가 있습니다. 그리고 글자를 대문자와 소문자 두 가지로 쓸 수 있습니다.

모음

A a	Ă ă	Â â	E e	Ê ê	I i
아	아↗	어↗	애	에	이

O o	Ô ô	Ơ ơ	U u	Ư ư	Y y
어(오)	오	어	우	으	

자음

B b / P p	C c	D d	Đ đ	G g
ㅂ	ㄲ	여/ㅈ	ㄷ	ㄱ

H h	K k	L l	M m	N n	R r
ㅎ	ㄲ	ㄹ	ㅁ	ㄴ	ㄹ

S s	T t	V v	X x	Q q
ㅅ	ㄸ	ㅂ	ㅆ	꾸

복자음

ch	gh	gi	kh	ng (ngh)
ㅈ	ㄱ	ㅈ(z)	ㅋ	ㅇ

nh	qu	ph	th	tr
니	ㄲ, 꾸	ㅍ	ㅌ	ㅉ

"Học Tiếng Hàn qua video"

끝 자음

-m	-n	-ng	-c
-ㅁ	-ㄴ	-ㅇ	-ㄱ
tô**m** /똠/ 새우	bà**n** /반/ 책상	lô**ng** /롱/ 털	rá**c** /락/ 쓰레기

-p	-t	-nh	-ch
-ㅂ	-ㅅ	-잉	-익
bắ**p** /밥/ 옥수수	mộ**t** /못/ 일	bá**nh** /반, 바잉/ 빵	sá**ch** /사익/ 책

BẢNG CHỮ CÁI TIẾNG HÀN
Nguyên Âm & Phụ Âm

		ㅏ a	ㅑ ya	ㅓ o	ㅕ yo	ㅗ ô	ㅛ yô	ㅜ u	ㅠ yu	ㅡ ư	ㅣ i
ㄱ 기역	g/k	가	갸	거	겨	고	교	구	규	그	기
ㄴ 니은	n	나	냐	너	녀	노	뇨	누	뉴	느	니
ㄷ 디귿	đ/t	다	댜	더	뎌	도	됴	두	듀	드	디
ㄹ 리을	l/r	라	랴	러	려	로	료	루	류	르	리
ㅁ 미음	m	마	먀	머	며	모	묘	무	뮤	므	미
ㅂ 비읍	b/p	바	뱌	버	벼	보	뵤	부	뷰	브	비
ㅅ 시옷	s	사	샤	서	셔	소	쇼	수	슈	스	시
ㅇ 이응	ng	아	야	어	여	오	요	우	유	으	이
ㅈ 지읒	j	자	쟈	저	져	조	죠	주	쥬	즈	지
ㅊ 치읓	ch	차	챠	처	쳐	초	쵸	추	츄	츠	치
ㅋ 키읔	kh	카	캬	커	켜	코	쿄	쿠	큐	크	키
ㅌ 티읕	th	타	탸	터	텨	토	툐	투	튜	트	티
ㅍ 피읖	ph	파	퍄	퍼	펴	포	표	푸	퓨	프	피
ㅎ 히읗	h	하	햐	허	혀	호	효	후	휴	흐	히

Các nguyên âm cơ bản

ㅏ	ㅑ	ㅓ	ㅕ	ㅗ	ㅛ	ㅜ	ㅠ	ㅡ	ㅣ
아	야	어	여	오	요	우	유	으	이
a	ya	o, ơ	yo, yơ	ô	yô	u	yu	ư	i

오	이	오이	우유	여우	아이
năm	hai	dưa leo	sữa	con cáo	em bé

Phụ âm cơ bản

ㄱ	ㄴ	ㄷ	ㄹ	ㅁ	ㅂ	ㅅ	ㅇ	ㅈ
g/k	n	đ/t	l/r	m	b/p	s	ng	j

ㅊ	ㅋ	ㅌ	ㅍ	ㅎ
ch	kh	th	ph	h

Nguyên âm kép 1

ㅐ	ㅒ	ㅔ	ㅖ	ㅢ
애	얘	에	예	의
e	ye	ê	yê	ưi

배	얘기	게	세계	의사	개
tàu	nói chuyện	con cua	thế giới	bác sĩ	con chó

Nguyên âm kép 2

ㅘ	ㅙ	ㅚ	ㅝ	ㅞ	ㅟ
와	왜	외	워	웨	위
wa	we	wê	wơ	wê	wi

     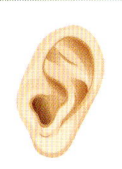

과자	돼지	최고	회사	스웨터	귀
bánh	con lợn	quá đỉnh	công ty	áo len	tai

Phụ âm kép

ㄲ	ㄸ	ㅃ	ㅆ	ㅉ
kk	tt	pp	ss	jj

토끼 — con thỏ

꽃 — hoa

어깨 — vai

꿀 — mật ong

따다 — hái

딸기 — dâu tây

따뜻하다 — ấm áp

허리띠 — thắt lưng

빠르다 — nhanh

빵 — bánh mì

빨간색 — màu đỏ

뼈 — xương

싸우다 — cãi vả

쌀 — gạo

아저씨 — chú

날씨 — thời tiết

짧다 — ngắn

오른쪽 — bên phải

김치찌개 — canh kim chi

갈비찜 — sườn kho

Phụ âm cuối

ㄴ	ㄹ	ㅁ	ㅇ	ㄱ	ㄷ	ㅂ
n	l	m	ng	k	t	p

언니 — chị

할머니 — bà

여름 — mùa hè

공항 — sân bay

약국 — tiệm thuốc tây

끝 — kết thúc

낮 — ban ngày

수업 — giờ học

신문 — báo

계절 — mùa

베트남 — Việt Nam

비행기 — máy bay

낚시 — câu cá

ㅎ — chữ cái ㅎ

옆집 — nhà bên cạnh

선생님 — giáo viên

동물 — động vật

창문 — cửa sổ

햇빛 — ánh nắng

숟가락 — cái thìa

꽃집 — cửa hàng hoa

신발 — giày

Bài 1: Đây là + 명사

이것은 ~이에요

1. Đây là **quyển sách.**
   이것은 책입니다.

2. Đây là **cây viết.**
   이것은 펜입니다.

3. Đây là **quyển vở.**
   이것은 공책입니다.

4. Đây là **cục tẩy.**
   이것은 지우개입니다.

5. Đây là **bút chì.**
   이것은 연필입니다.

• quyển sách	• cây viết	• quyển vở	• cục tẩy	• bút chì
책	펜	공책	지우개	연필

알맞은 것을 골라 바르게 연결하세요.

펜 • • cây viết

책 • • quyển sách

연필 • • bút chì

공책 • • cục tẩy

지우개 • • quyển vở

사진을 보고 베트남어를 말해 보세요.

1. Đây là quyển (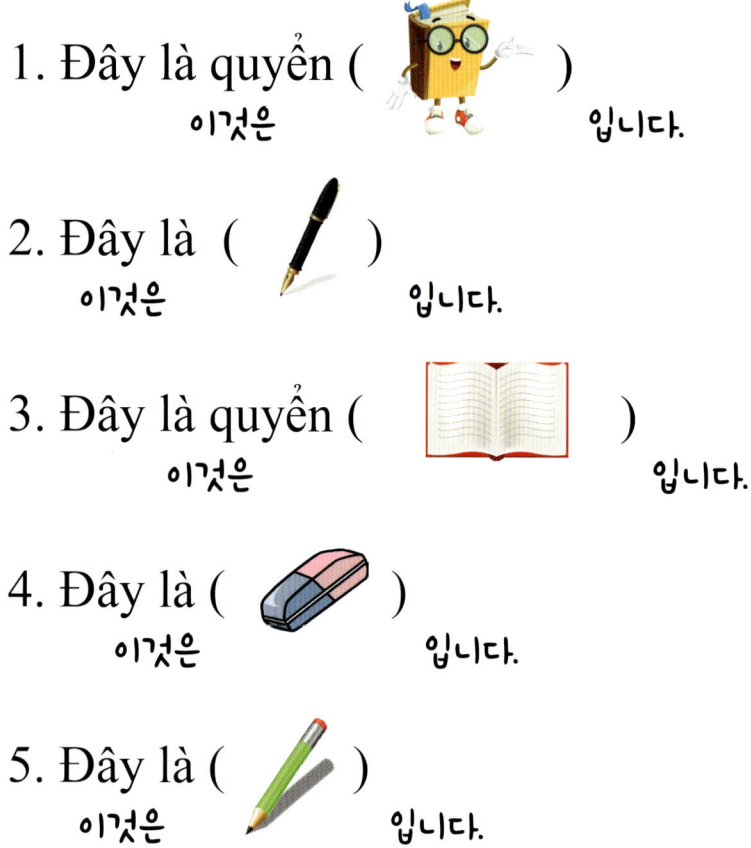)
   이것은   입니다.

2. Đây là ( )
   이것은   입니다.

3. Đây là quyển ( )
   이것은   입니다.

4. Đây là ( )
   이것은   입니다.

5. Đây là ( )
   이것은   입니다.

Bài 2: Đây không phải là + 명사
이것은 ~이/가 아니다.

1. Đây **không phải là** quyển sách.
   이것은 책이 아닙니다.

2. Đây **không phải là** cây viết.
   이것은 펜이 아닙니다.

3. Đây **không phải là** quyển vở.
   이것은 공책이 아닙니다.

4. Đây **không phải là** cục tẩy.
   이것은 지우개가 아닙니다.

5. Đây **không phải là** bút chì.
   이것은 연필이 아닙니다.

사진을 보고 베트남어를 말해 보세요.

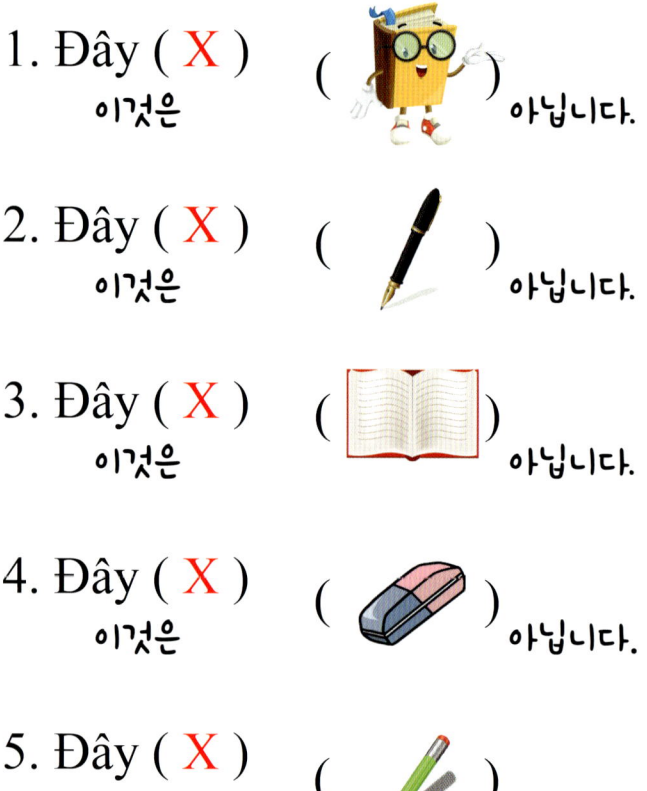

1. Đây (X) ( ) 아닙니다.
   이것은

2. Đây (X) ( ) 아닙니다.
   이것은

3. Đây (X) ( ) 아닙니다.
   이것은

4. Đây (X) ( ) 아닙니다.
   이것은

5. Đây (X) ( ) 아닙니다.
   이것은

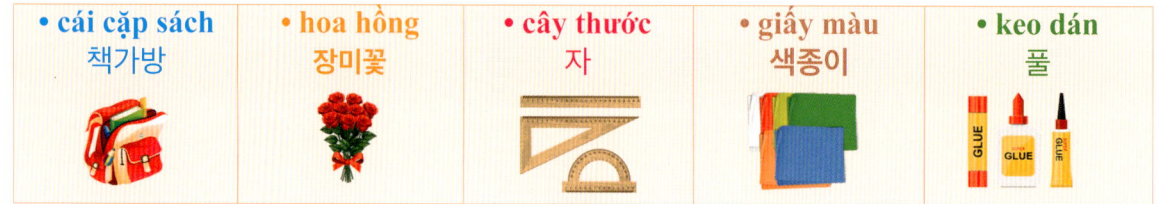

| • cái cặp sách | • hoa hồng | • cây thước | • giấy màu | • keo dán |
| 책가방 | 장미꽃 | 자 | 색종이 | 풀 |

Bài 3: Đây là + 명사 phải không?
이것은 ~입니까?

1. Đây **là** quyển sách **phải không?**
   이것은 책입니까?.

2. Đây **là** cây viết **phải không?**
   이것은 펜입니까?.

3. Đây **là** quyển vở **phải không?**
   이것은 공책입니까?.

4. Đây **là** cục tẩy **phải không?**
   이것은 지우개입니까?.

5. Đây **là** bút chì **phải không?**
   이것은 연필입니까?.

사진을 보고 베트남어를 말해 보세요.

A. Đây **là quyển**  **phải không**?
   이것은   입니까?
B. **Dạ**, đây là quyển sách.
   네, 이것은 책입니다.

A. Đây **là** quyển 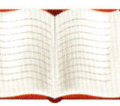 **phải không**?
   이것은   입니까?
B. **Dạ**, đây là quyển vở.
   네, 이것은 공책입니다.

A. Đây **là** bút chì 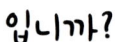 **phải không**?
   이것은   입니까?
B. **Không,** đây không phải là **bút chì**. Đây là **cục tẩy**.
   아닙니다. 이것은 연필이 아닙니다. 이것은 지우개입니다.

A. Đây **là quyển sách**  **phải không**?
   이것은   입니까?
B. **Không,** đây không phải là **là quyển sách**.
   Đây là **cây viết**.
   아닙니다. 이것은 책이 아닙니다. 이것은 펜입니다.

Bài 4: Con thích + 명사
저는 ~을 좋아해요.

1. Con thích đi **xe đạp**.
   저는 자전거 타기를 좋아합니다.

2. Con thích **bơi lội**.
   저는 수영하기를 좋아합니다.

3. Con thích **trượt patin**.
   저는 롤러스케이트 타기를 좋아합니다.

4. Con thích **câu cá**.
   저는 낚시를 좋아합니다.

5. Con thích **phở Việt Nam**.
   저는 베트남 쌀국수를 좋아합니다.

알맞은 것을 골라 바르게 연결하세요.

수영하기 •  • đi xe đạp

롤러스케이트 타기 •  • bơi lội

낚시 •  • trượt patin

베트남 쌀국수 •  • câu cá

자전거 타기 •  • phở Việt Nam

Bài 5: Con không thích + 명사

저는 ~을 싫어해요.

1. Con **không thích** ( )
   저는 자전거 타기를 싫어해요.

2. Con **không thích** ( )
   저는 수영하기를 싫어해요.

3. Con **không thích** ( )
   저는 롤러스케이트 타기를 싫어해요.

4. Con **không thích** ( )
   저는 낚시를 싫어해요.

5. Con **không thích** ( )
   저는 쌀국수를 싫어해요.

| • đi xe đạp | • trượt patin | • bơi lội | • câu cá | • phở Việt Nam |
| 자전거 타기 | 롤러스케이트 타기 | 수영하기 | 낚시 | 베트남 쌀국수 |

Bài 6: Bạn thích + 명사 + không?
너는 ~을 좋아해요?

1. Bạn **thích** (kem ) **không**?
   너는 아이스크림을 좋아해요?

2. Bạn **thích** (chơi game ) **không**?
   너는 게임하는 것을 좋아해요?

3. Bạn **thích** (phim hoạt hình ) **không**?
   너는 만화영화를 좋아해요?

4. Bạn **thích** (nhảy dây) **không**?
   너는 줄넘기를 좋아해요?

5. Bạn **thích** (hát) **không**?
   너는 노래하기 좋아해요?

> Vâng, mình thích. 네, 좋아요.
> Không, mình không thích. 아니요. 안 좋아요.

• kem 아이스크림 	• chơi game 게임을 하다 	• phim hoạt hình 만화영화 	• nhảy dây 줄넘기 	• hát 노래 하기 

엄마와 베트남어를 말해 보세요.

1. Bạn **thích** () **không**?
   너는 을 좋아해요?

2. Bạn **thích** ( ) **không**?
   너는 을 좋아해요?

3. Bạn **thích** () **không**?
   너는 을 좋아해요?

4. Bạn **thích** () **không**?
   너는 을 좋아해요?

5. Bạn **thích** ( ) **không**?
   너는 을 좋아해요?

Vâng, mình thích. 네, 좋아요.
Không, mình không thích. 아니요. 안 좋아요.

- **con mèo** 고양이
- **chó con** 강아지
- **đọc truyện tranh** 만화책을 읽다
- **vẽ tranh** 그림을 그리다
- **chơi đàn piano** 피아노를 치다

Bài 7: Con muốn + 동사
저는 ~고 싶어요.

1. Con **muốn ăn kem.**
   저는 아이스크림을 먹고 싶어요.

2. Con **muốn mua bánh mì.**
   저는 빵을 사고 싶어요.

3. Con **muốn xem phim hoạt hình.**
   저는 만화영화를 보고 싶어요.

4. Con **muốn gọi điện thoại cho bạn.**
   친구에게 전화를 걸고 싶어요.

5. Con **muốn đi chơi.**
   저는 놀러 가고 싶어요.

| • ăn kem | • mua bánh mì | • xem phim hoạt hình | • gọi điện thoại | • đi chơi |
| 아이스크림을 먹다 | 빵을 사다 | 만화영화를 보다 | 전화를 걸다 | 놀러 가다 |

> 사진을 보고 베트남어를 말해 보세요.

1. Con **muốn** (아이스크림을 먹다).

2. Con **muốn** (빵을 사다).

3. Con **muốn** (만화영화를 보다).

4. Con **muốn** (전화를 걸다)  cho bạn

5. Con **muốn** (놀러 가다).

- **đi nhà vệ sinh** 화장실에 가다
- **đi siêu thị** 슈퍼에 가다
- **đi sở thú** 동물원에 가다
- **mua quà** 선물을 사다
- **mua đồ chơi** 장난감을 사다

Bài 8: Con không muốn + 동사
저는 ~고 싶지 않아요.

1. Con **không muốn** ( )
   저는 아이스크림을 먹고 싶지 않아요.

2. Con **không muốn** ( )
   저는 빵을 사고 싶지 않아요.

3. Con **không muốn** ( )
   저는 만화영화를 보고 싶지 않아요.

4. Con **không muốn** () cho bạn
   친구에게 전화를 걸고 싶지 않아요.

5. Con **không muốn** ( )
   저는 놀러 가고 싶지 않아요.

- nói dối — 거짓말하다
- nhảy — 춤을 추다
- đi leo núi — 등산하다
- đi bệnh viện — 병원에 가다
- ăn cá — 생선을 먹다

Bài 9: Mẹ/Ba/Chị/Em có muốn + 동사 + không?

엄마/아빠/언니/동생 ~먹고 싶지 않아요?

1. Mẹ **có muốn** ăn **kem**  **không**?
   엄마 아이스크림을 먹고 싶지 않아요?

2. Ba **có muốn** ăn **bánh mì** **không**?
   아빠 빵을 먹고 싶지 않아요?

3. Chị **có muốn** ăn **kẹo** **không**?
   언니 사탕을 먹고 싶지 않아요?

4. Em **có muốn** ăn **dưa hấu** **không**?
   동생 수박을 먹고 싶지 않아요?

5. Con **có muốn** ăn **thịt gà** **không**?
   (아기에게) 닭고기를 먹고 싶지 않아요?

| • ăn kem | • bánh mì | • kẹo | • dưa hấu | • thịt gà |
| 아이스크림을 먹다 | 빵 | 사딩 | 수박 | 닭고기 |

말하기 연습해요.

1. Mẹ **có muốn** (ăn ) **không**?
   엄마   고 싶지 않아요?

2. Ba **có muốn** (ăn ) **không**?
   아빠   고 싶지 않아요?

3. Chị **có muốn** (ăn ) **không**?
   언니   고 싶지 않아요?

4. Em **có muốn** (ăn 🍉) **không**?
   동생   고 싶지 않아요?

5. Con **có muốn** (ăn 🍗) **không**?
                                고 싶지 않아요?

> Dạ, con muốn ăn. 네, 먹고 싶어요..
> Không, con không muốn ăn. 아니요, 안 먹고 싶어요.

| • đi du lịch | • chơi trốn tìm | • ăn trái cây | • uống sữa | • ăn táo |
| 여행가다 | 숨바꼭질을 하다 | 과일을 먹다 | 우유를 마시다 | 사과를 먹다 |

Bài 10: Ôn tập

Hôm nay, mẹ dắt Sumi đi hiệu sách .

Mẹ **mua** , , , , cho Sumi.

Sumi rất **thích**  mẹ mua.

Nhưng Sumi **không thích**  mẹ mua.

Sumi **muốn** mua nhiều  và .

Nên mẹ **đã** mua cho Sumi 5 cục  và 5 cây .

- **hôm nay**
  오늘
- **hiệu sách**
  서점

해석
오늘 엄마가 수미를 데리고 서점 에 갔어요
엄마가 수미에게 책, 공책, 펜, 지우개, 연필을 사 줬어요
수미는 엄마가 사 준 책 이 매우 마음에 들었어요 하지만 엄마가 사 준 공책 은 마음에 들지 않았어요
수미는 많은 지우개 와 연필을 사고 싶었어요 그래서 엄마가 수미에게 지우개 5개와 연필 5개를 사 줬어요

알맞은 그림과 연결하세요.

아이스크림 •

수박 •

사탕 •

서점 •

빵 •

닭고기 •

쌀국수 •

• thịt gà

• dưa hấu

• kem

• phở

• kẹo

• hiệu sách

• bánh mì

알맞은 그림과 연결하세요.

롤러스케이트를 타다 •　　　　• mua bánh mì

낚시 •　　　　• ăn kem

자전거를 타다 •　　　　• bơi lội

빵을 사다 •　　　　• trượt patin

아이스크림을 먹다 •　　　　• câu cá

수영하다 •　　　　• đi xe đạp

알맞은 그림과 연결하세요.

줄넘기 •      • chơi game

전화를 하다 •      • đi chơi

영화를 보다 •      • nhảy dây

게임을 하다 •      • gọi điện thoại

놀러가다 •      • hát

노래하다 •      • xem phim

Bài 11: Cho con + 명사
(저에게) ~을/를 주세요.

1. Mẹ ơi! **Cho con** một chút **nước**.
   엄마, 저에게 물 좀 주세요.

2. Ba ơi! **Cho con** một **miếng thịt ba rọi**.
   아빠, 저에게 삼겹살 좀 주세요.

3. Bà ngoại ơi! **Cho con** thêm **chén cơm**.
   외할머니, 저에게 밥 더 주세요.

4. Ông ngoại ơi! **Cho con** **quyển truyện tranh**.
   외할아버지, 저에게 만화책 한 권 주세요.

5. Chị ơi! **Cho em** một **quả táo**.
   언니, 저에게 사과 한 개 주세요.

| • nước | • thịt ba rọi | • cơm | • truyện tranh | • quả táo |
| 물 | 삼겹살 | 밥 | 만화책 | 사과 |

알맞은 그림과 연결하세요.

사과 •　　•　　• nước

밥 •　　•　　• truyện tranh

삼겹살 •　　•　　• thịt ba rọi

만화책 •　　•　　• quả táo

물 •　　•　　• cơm

• muối　소금
• Đường　설탕
• xì dầu/ nước tương　간장
• tiền　돈
• trứng gà　계란

사진을 보고 베트남어를 말해 보세요.

1. Mẹ ơi! **Cho con** một chút (🥤)
   엄마!   좀 주세요.

2. Ba ơi! **Cho con** một (🥓)
   아빠!   좀 주세요.

3. Bà ngoại ơi! **Cho con** thêm (🍚)
   외할머니!   더 주세요.

4. Ông ngoại ơi! **Cho con** (🏡)
   외할아버지   주세요.

5. Chị ơi! **Cho em** một (🍏)
   언니!   한 개 주세요.

| • một chút | • Mẹ | • Ba | • Bà ngoại | • Ông ngoại |
| 조금 | 엄마 | 아빠 | 외할머니 | 외할아버지 |

Bài 12: 주어 + đi đâu?

주어 + 어디 가요?

1. Mẹ ơi! **Ngày mai** mình đi đâu?
   엄마! 내일 우리 어디에 가요?

2. Ba ơi! **Ngày mốt** ba đi đâu?
   아빠! 모레 어디 가요?

3. Chị ơi! **Hôm qua** chị đi đâu?
   언니! 어제 어디 갔어요?

4. Em ơi! **Hôm nay** em đi đâu?
   동생! 오늘 어디 가?

5. Anh ơi! **Hôm kia** anh đi đâu?
   오빠! 그제 어디 갔어요?

• Hôm kia	• Hôm qua	• Hôm nay	• Ngày mai	• Ngày mốt
그제	어제	오늘	내일	모레

알맞은 단어를 연결하세요

hôm kia •　　　　　　• 오늘

hôm qua •　　　　　　• 어제

hôm nay •　　　　　　• 그제

ngày mai •　　　　　　• 내일

ngày mốt •　　　　　　• 모레

| • Sáng nay
오늘 아침 | • Sáng hôm qua
어제 아침 | • Sáng mai
내일 아침 | • Tối nay
오늘 저녁 | • Tối qua
어제 저녁 |

Bài 13: đi + 장소
~에 가다.

1. Ngày mai mẹ đi **bệnh viện**.
   엄마가 내일 병원에 가요

2. Ngày mốt ba đi **sở thú**.
   아빠가 모레 동물원에 가요

3. Hôm qua chị đi **ngân hàng**.
   언니가 어제 은행에 갔어요.

4. Hôm nay em đi **công viên**.
   저는 오늘 공원에 가요

5. Hôm kia chị đi **siêu thị**.
   언니가 그제 마트에 갔어요

알맞은 단어를 연결하세요.

동물원 •　　• 　　• **bệnh viện**

병원 •　　• 　　• **sở thú**

은행 •　　• 　　• **ngân hàng**

공원 •　　• 　　• **siêu thị**

마트 •　　• 　　• **công viên**

사진을 보고 베트남어를 말해 보세요.

1. Ngày mai mẹ **đi** ()
   엄마가 내일 　　　　　　 에 가요.

2. Ngày mốt ba **đi** ()
   아빠가 모레 　　　　　　 에 가요.

3. Hôm qua chị **đi** ()
   언니가 어제 　　　　　　 에 갔어요.

4. Hôm nay em **đi** ()
   저는 오늘 　　　　　　 에 가요.

5. Hôm kia chị **đi** ()
   언니가 그제 　　　　　　 에 갔어요.

Bài 14: Ai?
누구?

1. Mẹ ơi, **đây** là **ai** vậy?
   엄마, 이 분은 누구세요?

2. Ba ơi, **hồi nãy** ba gặp **ai** vậy?
   아빠, 아까 누굴 만났어요?

3. Chị ơi, **lát nữa ai** đến vậy?
   언니, 이따가 누가 와요?

4. Anh ơi, **bây giờ ai hát** vậy anh?
   형, 지금 누가 노래를 불러요?

5. Bà ơi, **ai nói** vậy ạ?
   할머니, 누가 말을 했어요?

• đây	• hồi nãy	• lát nữa	• bây giờ	• nói	• hát
이 분	아까	이따가	지금	말하다	노래를 부르다

알맞은 단어를 연결하세요.

đây •   • 이 분

hồi nãy •   • 아까

nói •   • 지금

lát nữa •   • 이따가

bây giờ •   • 말하다

hát •   • 노래를 부르다

Bài 15: Khi nào ~?
언제~?

1. **Khi nào** bạn **đi học**?
   너는 언제 학교에 가?

2. **Khi nào** bạn **ngủ**?
   너는 언제 자?

3. **Khi nào** bạn **thức dậy**?
   너는 언제 일어나?

4. **Khi nào** bạn **ăn cơm**?
   너는 언제 밥을 먹어?

5. **Khi nào** bạn **tắm**?
   너는 언제 샤워해?

| • đi học | • ngủ | • thức dậy | • ăn cơm | • tắm |
| 학교에 가다 | 자다 | 일어나다 | 밥을 먹다 | 샤워하다 |

알맞은 단어를 연결하세요.

자다 •   •   • đi học

학교에 가다 •   •   • ngủ

밥을 먹다 •   •   • thức dậy

목욕하다 •   •   • ăn cơm

일어나다 •   •   • tắm

사진을 보고 베트남어를 말해 보세요.

1. **Khi nào** bạn  ?
   너는 언제

2. **Khi nào** bạn  ?
   너는 언제

3. **Khi nào** bạn  ?
   너는 언제

4. **Khi nào** bạn  ?
   너는 언제

5. **Khi nào** bạn  ?
   너는 언제

• **giặt quần áo** 빨래하다	• **học xong** 수업이 끝나다	• **đánh răng** 양치하다	• **rửa mặt** 세수하다	• **xếp quần áo** 옷을 개다

Bài 16: Con đau ~
저는 ~아파요.

1. Mẹ ơi, con **đau răng**.
   엄마, 저는 이가 아파요

2. Con **đau đầu** quá.
   저는 머리가 아파요

3. Con **đau bụng** quá.
   난 배가 아파요

4. Ba **đau lưng** quá.
   아빠가 허리가 너무 아파요

5. Con **đau mắt** quá.
   저는 눈이 아파요

| • đau răng | • đau đầu | • đau bụng | • đau lưng | • đau mắt |
| 이가 아파요 | 머리가 아파요 | 배가 아파요 | 허리가 아파요 | 눈이 아파요 |

SONG NGỮ HÀN - VIỆT CHO BÉ

Bài 17: Con có đau ~ không?
너는 ~ 아파요?

1. Con có **đau chân** không?
   (아들/딸에게) 다리 아파?

2. Con có **đau mũi** không?
   코가 아파?

3. Mẹ có **đau vai** không?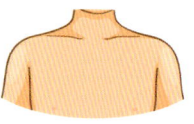
   엄마 어깨가 아파요?

4. Ba có **đau miệng** không?
   아빠 입이 아파요?

5. Chị có **đau tay** không?
   언니 손이 아파요?

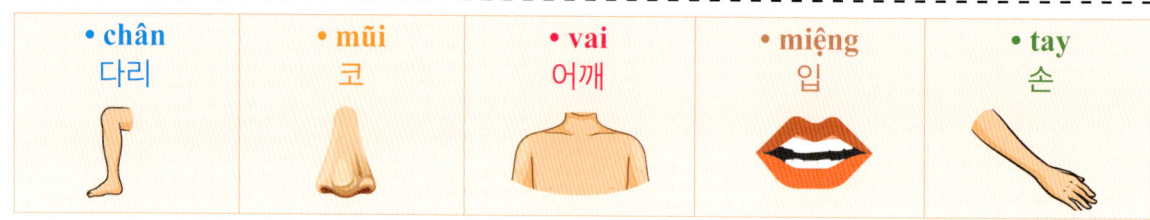

| • chân 다리 | • mũi 코 | • vai 어깨 | • miệng 입 | • tay 손 |

Bài 18: Tại sao ~?
왜~?

1. Tại sao em **khóc** vậy?
   너 왜 울어요?

2. Tại sao chị **cười** vậy?
   언니 왜 웃어요?

3. Tại sao bạn **buồn** vậy?
   너 왜 슬퍼요?

4. Tại sao bà **vui** vậy?
   할머니 왜 기뻐요?

5. Tại sao anh **giận** vậy?
   오빠 왜 화가 났어요?

• khóc	• cười	• buồn	• vui	• giận
울다	웃다	슬프다	기쁘다	화나다

Bài 19: S + vì + V/A

아/어서~

1. Em vui vì được **gặp bạn**.
   친구를 만날 수 있어서 기분이 좋아요.

2. Chị cười vì được **nhận bong bóng**.
   언니가 풍선을 받아서 웃었어요.

3. Mẹ giận vì bé mải **chơi game**.
   아들이 계속 게임만 해서 엄마가 화났어요.

4. Em cười vì được **nhận kẹo**.
   사탕을 받아서 웃었어요.

5. Em khóc vì em **đau răng**.
   이가 아파서 울어요.

| • gặp bạn | • nhận bong bóng | • chơi game | • nhận kẹo | • đau răng |
| 친구를 만나다 | 풍선을 받다 | 게임하다 | 사탕을 받다 | 이가 아프다 |

Bài 20: Ôn tập

Hôm nay, Sumi đi  cùng với ba mẹ.

Mẹ mang theo  ,  ,  ,  .

Còn Sumi thì mang theo  ,  ,  .

Sumi rất vui nên Sumi  tươi lắm.

Ở  , Sumi  và  . Sumi cùng ba mẹ về nhà. Sumi  ,  ,  .

Sau đó Sumi  rồi Sumi   .

Thường Sumi  vào lúc 7 giờ sáng.

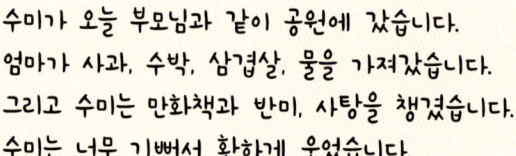

- **đánh răng**
  양치질하다
- **rửa tay**
  손을 씻다

알맞은 단어를 연결하세요.

병원 •   • khóc

아프다 •   • bệnh viện

슬프다 •   • đau

웃다 •   • giận

울다 •   • buồn

화가 나다 •   • cười

알맞은 단어를 연결하세요.

수영하다 •　　　•　　　• mua sắm

공원 •　　　•　　　• đi học

자다 •　　　•　　　• bơi

쇼핑하다 •　　　•　　　• công viên

학교에 가다 •　　　•　　　• ngủ

알맞은 단어를 연결하세요.

허리가 아프다 •   •   • đau bụng

이가 아프다 •   •   • đau đầu

눈이 아프다 •   •   • đau lưng

배가 아프다 •   •   • đau răng

머리가 아프다 •   •   • đau mắt

알맞은 단어를 연결하세요.

입 •　　•　　• chân

손 •　　•　　• vai

코 •　　•　　• miệng

다리 •　　•　　• tay

어깨 •　　•　　• mũi

알맞은 단어를 연결하세요.

일어나다 • • • hát

손을 씻다 • • • đánh răng

목욕하다 • • • thức dậy

노래를 부르다 • • • rửa tay

양치질하다 • • • tắm

Bài 21: Con số 1-10
숫자 1~10

1 **một** 일 - 하나(한)

2 **hai** 이 - 둘(두)

3 **ba** 삼 - 셋(세)

4 **bốn** 사 - 넷(네)

5 **năm** 오 - 다섯

6 **sáu** 육 - 여섯

7 **bảy** 칠 - 일곱

8 **tám** 팔 - 여덟

9 **chín** 구 - 아홉

10 **mười** 십 - 열

알맞은 단어를 연결하세요.

삼 •	• 1 •	• bốn
사 •	• 2 •	• tám
오 •	• 3 •	• mười
육 •	• 4 •	• ba
십 •	• 5 •	• hai
일 •	• 6 •	• một
이 •	• 7 •	• năm
칠 •	• 8 •	• sáu
팔 •	• 9 •	• chín
구 •	• 10 •	• bảy

숫자 + (종별사)**cây** + (명사)**kem**

Có mấy cây kem?
아이스크림 몇 개 있어요?

một cây kem
아이스크림 한 개

hai cây kem
아이스크림 두 개

ba cây kem
아이스크림 세 개

Bài 22: Con số 10-100
숫자 10~100

10 **mười** 십 - 열

20 **hai mươi** 이 십 - 스물

30 **ba mươi** 삼 십 - 서른

40 **bốn mươi** 사십 - 마흔

50 **năm mươi** 오십 - 쉰

60 **sáu mươi** 육십 - 예순

70 **bảy mươi** 칠십 - 일흔

80 **tám mươi** 팔십 - 여든

90 **chín mươi** 구십 - 아흔

100 **một trăm** 백

11 mười một 열하나 (열한)

12 mười hai 열둘 (열두)

13 mười ba 열셋 (열세)

14 mười bốn 열넷 (열네)

15 mười lăm 열다섯

16 mười sáu 열여섯

17 mười bảy 열일곱

18 mười tám 열여덟

19 mười chín 열아홉

알맞은 숫자를 연결하세요.

육십 •	**1 0**	• bốn mươi
칠십 •	**2 0**	• ba mươi
삼십 •	**3 0**	• hai mươi
사십 •	**4 0**	• mười
구십 •	**5 0**	• năm mươi
백 •	**6 0**	• tám mươi
십 •	**7 0**	• sáu mươi
이십 •	**8 0**	• một trăm
오십 •	**9 0**	• chín mươi
팔십 •	**1 0 0**	• bảy mươi

Bài 23: Thời gian
시간

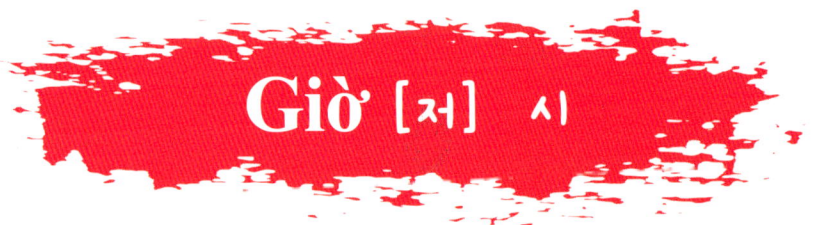

Giờ [저] 시

1 giờ 한 시 	**5 giờ** 다섯 시 	**9 giờ** 아홉 시 
2 giờ 두 시 	**6 giờ** 여섯 시 	**10 giờ** 열 시 
3 giờ 세 시 	**7 giờ** 일곱 시 	**11 giờ** 열한 시 
4 giờ 네 시 	**8 giờ** 여덟 시 	**12 giờ** 열두 시 

알맞은 시간을 연결하세요

한 시 • • 🕕 • • 1 giờ　　아홉 시• • 🕘 • • 5 giờ

열 시 • • 🕙 • • 10 giờ　　네 시 • • 🕑 • • 9 giờ

열한 시 • • 🕖 • • 6 giờ　　세 시 • • 🕔 • • 3 giờ

열두 시 • • 🕛 • • 11 giờ　　두 시 • • 🕗 • • 2 giờ

여섯 시 • • 🕐 • • 7 giờ　　다섯 시 • • 🕒 • • 8 giờ

일곱 시 • • 🕚 • • 12 giờ　　여덟 시 • • 🕓 • • 4 giờ

Bài 24:

Bây giờ là mấy giờ?
지금 몇 시입니까?

1. Bây giờ là **mấy giờ**?
   지금 몇 시입니까?

2. Bây giờ là **5 giờ**.
   지금 5시입니다.

3. Bây giờ là **5 giờ 20 phút**.
   지금 5시 20분입니다.

4. Bây giờ là **5 giờ 30 phút (rưỡi)**.
   지금 5시 30분입니다.(반)

5. Bây giờ là **11 giờ 50 phút (12h kém 10phút)**.
   지금 11시 50분입니다.(12시 10분 전)

• mấy giờ	• 5 giờ	• 20 phút	• 50 phút	• Rưỡi	• kém 10 phút
몇 시	5시	20분	50분	반	10분 전

Bài 25: Thứ
요일

- Thứ hai — 월요일
- Thứ ba — 화요일
- Thứ tư — 수요일
- Thứ năm — 목요일
- Thứ sáu — 금요일
- Thứ bảy — 토요일
- Chủ Nhật — 일요일
- Một tuần — 일주일
- Ngày thường — 평일
- Cuối tuần — 주말

알맞은 요일을 연결하세요

thứ ba •	• 월요일
thứ năm •	• 화요일
thứ sáu •	• 수요일
thứ hai •	• 목요일
thứ tư •	• 금요일
chủ nhật •	• 토요일
thứ bảy •	• 일요일
một tuần •	• 주말
ngày thường •	• 평일
cuối tuần •	• 일주일

Bài 26:

Lát nữa
이따가

1. **Lát nữa** mình **đi học**.
   나는 이따가 학교에 가요.

2. **10 giờ** mình **ngủ**.
   나는 10시에 잠을 자.

3. **7 giờ** mình **thức dậy**.
   나는 7시에 일어나.

4. **Chiều nay** mình xem tivi.
   나는 오늘 오후에 텔레비전을 봐요.

5. **Tối** mình **tắm**.
   나는 밤에 목욕해.

• Lát nữa	• 10 giờ	• 7 giờ	• Chiều nay	• Tối
이따가	열 시	일곱 시	오늘 오후	밤

알맞은 단어를 연결하세요.

학교에 가다 •　　　•　　　• thức dậy

목욕하다 •　　　•　　　• ngủ

일어나다 •　　　•　　　• xem tivi

자다 •　　　•　　　• tắm

텔레비전을 보다 •　　　•　　　• đi học

Bài 27: Hôm nay là thứ mấy?
오늘은 무슨 요일입니까?

1. **Hôm nay là thứ mấy?**
   오늘은 무슨 요일입니까?

2. **Hôm nay** là thứ ba.
   오늘은 화요일입니다.

3. **Hôm qua** là thứ hai.
   어제는 월요일입니다.

4. **Ngày mai** là thứ tư.
   내일은 수요일입니다.

5. **Ngày mốt** là thứ năm.
   모레는 목요일입니다.

| • Hôm nay | • Hôm qua | • Ngày mai | • Ngày mốt |
| 오늘 | 어제 | 내일 | 모레 |

알맞은 요일을 연결하세요

Hôm nay •   • 어제

Hôm qua •   • 오늘

Ngày mai •   • 모레

Thứ tư •   • 수요일

Thứ mấy •   • 내일

Ngày mốt •   • 무슨 요일

Bài 28: Mấy giờ ~?
몇 시?

1. **Mấy giờ** bạn **ăn cơm**?
   몇 시에 밥을 먹어요?

2. **Mấy giờ** bạn **ngủ**?
   너 몇 시에 자요?

3. **Mấy giờ** bạn **đi học**?
   몇 시에 학교에 가요?

4. **Mấy giờ** bạn **về nhà**?
   몇 시에 집에 돌아가요?

5. **Mấy giờ** bạn **tập thể dục**?
   몇 시에 운동해요?

• ăn cơm 밥 먹다	• ngủ 자다	• đi học 공부하러 가요	• về nhà 집에 돌아가다	• tập thể dục 운동하다

SONG NGỮ HÀN - VIỆT CHO BÉ

알맞은 단어를 연결하세요

몇 시 •		• ăn cơm
운동해요 •		• mấy giờ
집에 가요 •		• tập thể dục
자요 •		• về nhà
밥을 먹어요 •		• ngủ
학교에 가요 •		• đi học

Bài 29: Đâu/ Ở đâu?

어디/어디에서?

1. **Sách** của con **đâu** mẹ?
   제 책이 어디에 있어요? 엄마?

2. **Vở** của con **đâu** mẹ?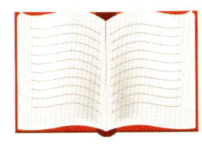
   제 공책이 어디 있어요? 엄마?

3. **Giày** con **ở đâu**?
   제 구두가 어디 있어요?

4. **Hộp bút đâu** mẹ?
   필통이 어디 있어요?

5. **Cái kéo** của con **đâu** mẹ?
   저의 가위가 어디 있어요? 엄마?

SONG NGỮ HÀN - VIỆT CHO BÉ

사진을 보고 베트남어를 말해 보세요.

đâu mẹ?
어디 있어요? 엄마!

Bài 30: Ôn tập

Hôm qua là , Min Ho

cùng với bạn.

Lúc , Min Ho đi một mình.

Min Ho  lúc  .

Sau đó, Min Ho đi học  lúc  .

Min Ho học tiếng Anh lúc  và bé  lúc  .

- **học tiếng Anh**
  영어를 배우다
- **bạn**
  친구
- **đi một mình**
  혼자 가다

해석
어제는 월요일이었습니다. 민호는 친구와 같이 학교에 갔고, 집에 갈 때 혼자 갔습니다. 민호는 12시에 밥을 먹었고, 2시에 피아노 배우러 갔습니다. 3시에 영어를 공부하고 7시에 목욕했습니다.

알맞은 말을 연결하세요.

Mấy giờ bạn ngủ? • • 제 책이 어디에 있어요? 엄마?

Sách của con đâu mẹ? • • 너 몇 시에 자?

Hôm nay là thứ mấy? • • 나는 오늘 오후에 텔레비전을 봐요

Chiều nay mình xem tivi. • • 오늘은 무슨 요일입니까?

Bây giờ là mấy giờ? • • 지금 5시 20분입니다.

Bây giờ là 5 giờ 20 phút. • • 지금 몇 시입니까?

Bài 31: Hôm nay là ngày mấy?

오늘은 며칠입니까 ?

1. Hôm nay là **ngày mấy**?
   오늘은 며칠입니까?

2. Hôm nay là **ngày 15**.
   오늘은 15일입니다.

3. Hôm nay là **ngày 30**.
   오늘은 30일입니다.

4. Hôm nay là **ngày 22**.
   오늘은 22일입니다.

5. Hôm nay là **ngày 24**.
   오늘은 24일입니다.

6. Hôm nay là **ngày 11**.
   오늘은 11일입니다.

• ngày mấy	• ngày 15	• ngày 30	• ngày 22	• ngày 24	• ngày 11
며칠	15일	30일	22일	24일	11일

사진을 보고 베트남어를 말해 보세요.

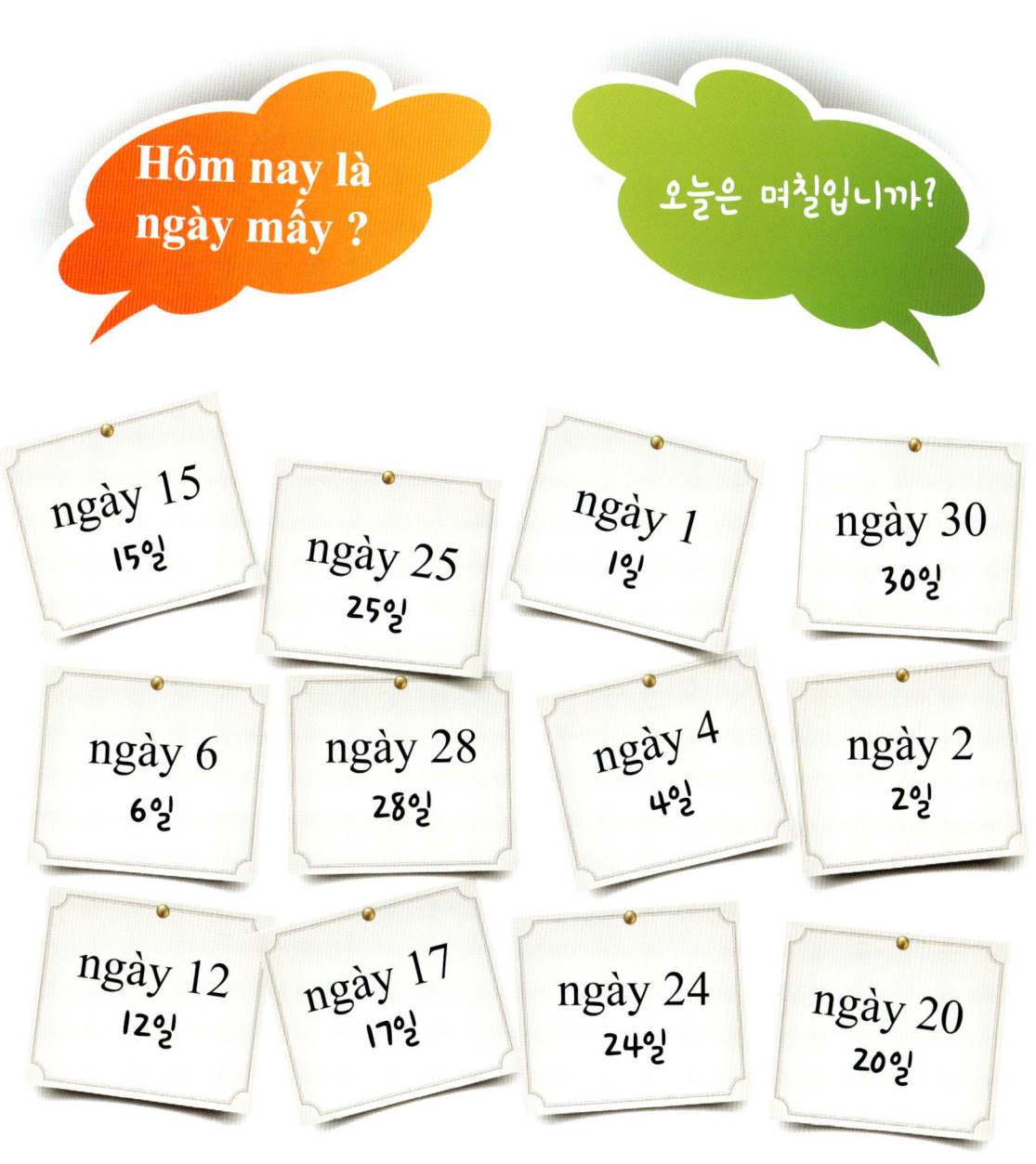

Bài 32: Tháng này là tháng mấy?
이번 달은 몇 월입니까?

1. **Tháng này** là **tháng mấy**?
   이번 달은 몇 월입니까?

2. **Tháng này** là **tháng 1**.
   이번 달은 1월입니다.

3. **Tháng này** là **tháng 4**.
   이번 달은 4월입니다.

4. **Tháng này** là **tháng 6**.
   이번 달은 6월입니다.

5. **Tháng này** là **tháng 10**.
   이번 달은 10월입니다.

• tháng mấy	• tháng này	• tháng 1	• tháng 4	• tháng 6	• tháng 10
몇 월	이번 달	1월	4월	6월	10월

Bài 33: Quả gì ~?
무슨 과일?

1. **Quả này là quả gì?**
   이 과일은 무슨 과일인가요?

2. Dạ, đây là **quả cam**.
   이 과일은 오렌지입니다.

3. Đây là **quả quýt**.
   이 과일은 귤입니다.

4. Đây là **quả xoài**.
   이 과일은 망고입니다.

5. Đây là **quả bưởi**.
   이 과일은 자몽입니다.

6. Đây là **quả dưa hấu**.
   이 과일은 수박입니다.

| • quả cam | • quả quýt | • quả xoài | • quả bưởi | • quả dưa hấu |
| 오렌지 | 귤 | 망고 | 자몽 | 수박 |

알맞은 단어를 연결하세요

망고 •   •   • quả bưởi

자몽 •   •   • quả cam

수박 •   •   • quả quýt

오렌지 •   •   • quả xoài

귤 •   •   • quả dưa hấu

Bài 34: Màu gì ~?
무슨 색~?

> Màu này màu gì vậy Cô? 이색이 무슨 색이에요?
> Dạ, màu này là màu cam. 네, 이 색은 주황색입니다.

1. **Màu này là màu đỏ.**
   이 색은 빨간색입니다.

2. **Màu này là màu tím.**

   이 색은 보라색입니다.

3. **Màu này là màu vàng.**
   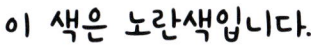
   이 색은 노란색입니다.

4. **Màu này là màu hồng.**

   이 색은 분홍색입니다.

5. **Màu này là màu trắng.**
   이 색은 하얀색입니다.

6. Màu này là **màu đen**.
   이 색은 검정색입니다.

알맞은 단어를 연결하세요.

보라색 •　　　•　🔴　•　　　• màu tím

주황색 •　　　•　🟡　•　　　• màu cam

빨간색 •　　　•　🟠　•　　　• màu đỏ

하얀색 •　　　•　🔴　•　　　• màu trắng

노란색 •　　　•　⚪　•　　　• màu vàng

검정색 •　　　•　⚫　•　　　• màu đen

분홍색 •　　　•　🟣　•　　　• màu hồng

Bài 35:

Con thích màu gì?
무슨 색을 좋아하니?

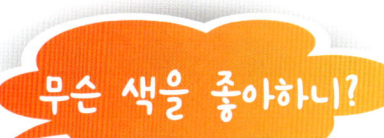

1. Con thích **màu gì**?
   무슨 색을 좋아해요?

2. Con thích **màu xanh lá cây**.
   저는 녹색을 좋아해요.

3. Con thích **màu xanh da trời**.
   저는 하늘색을 좋아해요.

4. Con thích **màu xanh dương**.
   저는 파란색을 좋아해요.

5. Con thích **màu cam**  và **màu hồng**.
   저는 주황색과 핑크색을 좋아해요.

색깔

màu xanh lá cây 녹색	màu đỏ 빨간색	màu cam 주황색
màu vàng 노란색	màu hồng 분홍색	màu tím 보라색
màu xanh da trời 하늘색	màu xanh dương 파란색	màu đen 검정색
màu trắng 하얀색		

Bài 36: Bong bóng này màu gì?
이 풍선은 무슨 색이에요?

1. **Bong bóng** này màu gì?
   이 풍선은 무슨 색이에요?

2. **Trái cam** này màu gì?
   이 오렌지는 무슨 색이에요?

3. **Trái cà chua** này màu gì?
   토마토는 이 무슨 색이에요?

4. **Trái chuối** màu gì?
   바나나는 무슨 색이에요?

5. **Trái nho** màu gì?
   포도는 무슨 색이에요?

• Bong bóng	• trái cam	• trái cà chua	• trái chuối	• trái nho
풍선	오랜지	토마토	바나나	포도

알맞은 단어를 연결하세요

Bong bóng •   • **màu đỏ**

오렌지 •   • 노란색

Trái cà chua •   • **màu hồng**

바나나 •   • 보나색

Trái cam •   • **màu vàng**

포도 •   • 주황색

Trái chuối •   • **màu tím**

토마토 •   • 분홍색

Trái nho •   • **màu cam**

풍선 •   • 빨간색

Bài 37: Bao nhiêu tiền?
얼마예요?

1. **Cái này** bao nhiêu tiền?
   이것은 얼마예요?

   얼마예요?

2. **Quyển vở** đó bao nhiêu tiền?
   그 공책은 얼마예요?

3. **Kem này** bao nhiêu tiền?
   이 아이스크림은 얼마예요?

4. **Lon coca cola** đó bao nhiêu tiền?
   그 코카콜라는 얼마예요?

5. **Giấy màu** đó bao nhiêu tiền?
   그 색종이는 얼마예요?

• Cái này	• Quyển vở	• Kem	• Lon coca cola	• Giấy màu
이것	공책	아이스크림	코카콜라 (캔)	색종이

Cái này bao nhiêu tiền?
이것은 얼마예요?

 •   • **1.000** đồng **Một ngàn đồng**
천 동

 •   • **2.000** đồng **Hai ngàn đồng**
이 천 동

 •   • **3.000** đồng **Ba ngàn đồng**
삼 천 동

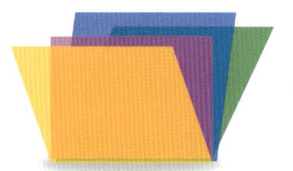 •   • **4.000** đồng **Bốn ngàn đồng**
사 천 동

Bài 38:

Con biết + 동사
저는 ~ㄹ 줄 알아요.

1. **Con biết nói Tiếng Việt.**
   저는 베트남어를 말할 줄 알아요.

2. **Con biết đi xe đạp.**
   저는 자전거를 탈 줄 알아요.

3. **Con biết đọc Tiếng Việt.**
   저는 베트남어를 읽을 줄 알아요

4. **Con biết viết Tiếng Việt.**
   저는 베트남어를 쓸 줄 알아요

5. **Con biết nghe nhạc Việt.**
   저는 베트남음악을 들을 줄 알아요

• nói Tiếng Việt 베트남어를 말하다	• đi xe đạp 자전거를 타다	• đọc Tiếng Việt 베트남어를 읽다	• viết Tiếng Việt 베트남어를 쓰다	• nghe nhạc Việt 베트남음악을 듣다

Bài 39: Con không biết + 동사
저는 ~ㄹ 줄 몰라요.

1. Con không biết **bơi**.
   저는 수영을 할 줄 몰라요

2. Con không biết **đi xe đạp**.
   저는 자전거를 탈 줄 몰라요.

3. Con không biết **nói Tiếng Trung Quốc**.
   저는 중국어를 말할 줄 몰라요

4. Con không biết ăn **sầu riêng**.
   저는 두리안을 먹을 줄 몰라요.

5. Con không biết **nấu ăn**.
   저는 요리할 줄 몰라요

Bài 40:

Ôn tập

Ngày mai là ngày 24 tháng 7.

Ngày này là ngày sinh nhật của mẹ.

Nên Min Ho với ba đi siêu thị

mua  ,  ,  ,  ,

thịt bò  , thịt heo  , và

trứng  .

Ba định dùng nguyên liệu thức ăn đã mua để nấu ăn

 cho mẹ.

해석
내일은 7월 24일입니다.
이 날은 엄마의 생일입니다. 그래서 민호는 아빠와 같이 마트에 가서 오렌지, 토마토, 바나나, 포도, 소고기, 돼지고기, 계란을 샀습니다. 아빠는 사 온 식재료를 활용해 엄마에게 요리를 해 줄 계획입니다.

• ngày sinh nhật 생일 날	• siêu thị 마트	• thịt bò 소고기	• thịt heo 돼지고기

알맞은 말을 연결하세요

Con biết nói Tiếng Việt. •   • 저는 책을 읽고 있어요.

Con không biết ăn sầu riêng. •   • 저는 베트남어를 말할 줄 알아요

Con không biết bơi. •   • 이것은 얼마예요?

Cái này bao nhiêu tiền? •   • 이 풍선은 무슨 색이에요?

Bong bóng này màu gì? •   • 저는 수영을 할 줄 몰라요

알맞은 말을 연결하세요

두리안 •  • sầu riêng

베트남어를 읽다 •  • nấu ăn

베트남 음악을 듣다 •  • nghe nhạc Việt

베트남어를 쓰다 •  • viết tiếng Việt

베트남어를 듣다 •  • đọc tiếng Việt

요리하다 •  • nói tiếng Việt

주희정 지음

CHÂU THÙY TRANG

2021년 12월 23일 2쇄 인쇄 | 2021년 12월 27일 2쇄 발행

지은이 • 주희정 Châu Thùy Trang
그림 • Lê Viết Hà Phương, Cao Trần Hoài Trâm
편집 • Starbook
표지디자인 • Starbook
녹음 • Ngọc Anh, Châu Thùy Trang
펴낸이 • 정귀영
펴낸곳 • 웃는 나무
주소 • 대전광역시 동구 대전로867번길 56 507호
전화 • (042)252-7208 | E-mail • ltbooks@hanmail.net
인쇄 • 제본 • 대전문화사

ⓒ 주희정(저작권자와 맺은 특약에 따라 검인을 생략합니다)
ISBN 978-89-93923-30-8

- 이 책은 저자의 개인강의용으로 만들어졌으며, 저작권법에 따라 보호받는 저작물이므로 무단전재와 무단복제를 금지하며, 이 책 내용의 전부 또는 일부를 이용하려면 반드시 저작권자와 웃는나무의 서면동의를 받아야 합니다.

- 이 책의 국립중앙도서관 출판시 도서목록은 서지정보유통지원시스템 홈페이지(http://seoji.nl.go.kr)와 국가자료공동목록시스템(http://www.nl.go.kr/kolisnet)에서 이용하실수 있습니다.
  (CIP 제어번호 : 2020030217)

- 잘못된 책은 바꿔드립니다. 책값은 뒤표지에 있습니다.